WAANDISHI WA KIAFRIKA

S 2

Mtawa Mweusi

WAANDISHI WA KIAFRIKA

- S1. *Alipanda Upepo na Kuvuna Tufani*: J.N. Somba
- S2. *Mtawa Mweusi*: Ngugi wa Thiong'o
- S3. *Usilie Mpenzi Wangu*: Ngugi wa Thiong'o
- S4. *Kivuli cha Mauti*: Peter Palangyo
- S5. *Mwasi*: Bediako Asare
- S6. *Fimbo ya Ulimwengu*: Charles Ndibalema
- S7. *Kichomi*: E. Kezilahabi
- S8. *Mwindaji Hodari*: S. Caleb Ogejo
- S9. *Mafarakano na Michezo Mingine*: Z. Zani & J. Kitsao
- S10. *Kusanyiko la Mashairi* (Anthology of Swahili Poetry): Ali A. Jahadhmy
- S11. *Matatu ya Thamani*: Salim A. Kibao
- S12. *Doa la Mauti*: Geranija & Muwanga
- S13. *Boi*: Ferdinand Oyono
- S14. *Wema Hawajazaliwa*: Ayi Kwei Armah
- S15. *Kuanguliwa kwa Kifaranga*: C.K. Omari
- S16. *Mwakilishi wa Watu*: Chinua Achebe
- S17. *Mshale wa Mungu*: Chinua Achebe
- S18. *Mzalendo Kimathi*: Ngugi wa Thiong'o & Micere G. Mugo
- S19. *Kifungo cha Obatala na Michezo Mingine*: Obotunde Ijimere
- S20. *Hatari kwa Usalama*: Felix Osodo
- S21. *Mkaguzi Mkuu wa Serikali*: Nikolai Gogol
- S22. *Mchimba Madini*: Peter Abrahams
- S23. *Tazama Mbele*: Jay Kitsao
- S24. *Mama Mtakatifu*: Felix Osodo
- S25. *Nitaolewa Nikipenda*: Ngugi wa Thiong'o & Ngugi wa Mirii
- S26. *Shetani Msalabani*: Ngugi wa Thiong'o
- S27. *Mke Mwenza*: Chacha Nyaigotti-Chacha
- S28. *Anasa*: Yusuf King'ala
- S29. *Visiki*: Khaemba Ongeti
- S30. *Mafuta*: Katama Mkangi
- S31. *Mama Ee*: Ari Katini Mwachofi
- S32. *Wingu Jeusi*: Chacha Nyaigotti-Chacha
- S33. *Chembe cha Moyo*: Alamin Mazrui
- S34. *Asali Chungu*: Said A. Mohamed
- S35. *Miaka 52 Jela*: N. Karanja
- S36. *Duniani Kuna Watu*: Mohammed Said Abdulla
- S37. *Mwana wa Yungi Hulewa*: Mohammed Said Abdulla
- S38. *Walenisi*: Katama Mkangi
- S39. *Vipuli vya Figo*: Emmanuel Mbogo
- S40. *Amezidi*: Said A. Mohamed
- S41. *Ukiwa*: Katama Mkangi
- S42. *Usaliti Mjini*: Francis Imbuga

MTAWA MWEUSI

Mwandishi
Ngugi wa Thiong'o

EAST AFRICAN EDUCATIONAL PUBLISHERS
Nairobi • Kampala • Dar es Salaam

Kimetolewa na
East African Educational Publishers Ltd.
Brick Court, Mpaka Road/Woodvale Grove
Westlands, S.L.P. 45314, Nairobi
E-mail: eaep@africaonline.co.ke
Website: www. eastafricanpublishers.com

East African Educational Publishers Ltd.
S.L.P. 11542, Kampala

Ujuzi Educational Publishers Ltd.
S.L.P. 31647, Kijito-Nyama
Dar-es-Salaam

© James Ngugi in *The Black Hermit 1968*
© In Swahili translation: E.A.E.P. Ltd. 1970

Kilitolewa tena na kuchapishwa mara ya kwanza 1970
na kutolewa tena 1972, 1974, 1976, 1977, 1978, 1984
1986, 1988, 1990, 1992, (Mara mbili), 1993, 1995, 1996,
1997 (mara mbili), 1998, 2001, 2004

Toleo hili 2008

ISBN 9966-46-009-8

Kimechapishwa nchini Kenya na

Sitima Printers & Stationers Ltd.
P.O. Box 53987, 00200 City Square.
Tel: 254 020 535407/8/9. Nairobi - Kenya
E-mail: info@sitimaprinters.com

UTANGULIZI

Michezo ya kuigiza katika Afrika ya Mashariki kwa jumla imo mikononi mwa wachezaji wa kujitolea. Wachezaji wa Kiingereza wameratibu michezo isiyovutia sana kwa Waafrika au tuseme isiyo na uhusiano na mazingira ya watu wa Afrika ya Mashariki. Wachezaji wa Kiafrika walikuwamo na mpaka sasa wangalimo katika skuli na vyuo vikuu, ambamo sasa wanajaribu kuratibu michezo inayofaa kwa mitihani ya shahada za skuli. Hivyo katika skuli fulani ratiba ya mwaka ya michezo ya Shakespeare ichezwayo na wavulana wa Kiafrika siku moja wakiwa na mavazi ya Kiingereza ya karne ya kumi na sita kumekuwa, kama Siku ya Hotuba, desturi maalum.

Mojawapo ya makundi machache yanayojaribu kuiacha desturi hii isiyofaa ni Chama cha Wanafunzi cha Kuigiza Michezo cha Makerere. Wao wameratibu michezo ya Wole Soyinka, Brecht na mwaka wa jana 1966 walianzisha kikosi cha kusafiri ambacho kilitembelea sehemu nyingi za Uganda na Kenya wakiigiza michezo katika majengo vijijini, ndani ya makanisa na nje upenuni.

Walianza kujulikana mnamo mwaka 1961 chini ya uongozi wa Nathaniel Frothingham (Mmarekani mwanafunzi mwigizi wa Shakespeare) na Peter Kinyanjui

Utangulizi

(aliyeshiriki katika ratiba nyingi za Shakespeare kwenye Skuli Kuu ya Alliance nchini Kenya), waliratibu *Macbeth* katika mazingira ya kienyeji. Mnamo mwaka 1962 Uganda ilipata uhuru hivyo chama kilihitaji mambo yasiyo ya jadi na kuacha ile desturi ya zamani ili kupata sehemu yao ya maonyesho katika sherehe za uhuru. Mchezo wa *Mtawa Mweusi* uliochezwa kwa mara ya kwanza kwenye jumba la Taifa la Michezo huko Uganda mnamo Novemba 1962 ulikuwa mazao ya haja hiyo.

Wakati huo nalifikiri kwamba ukabila ulikuwa ndilo tatizo kubwa linalozisonga nchi mpya za Afrika ya Mashariki. Mimi pamoja na wanafunzi wenzangu wa chuo kikuu tulikuwa na imani kubwa na serikali zilizotokea baada ya ukoloni. Tulifikiri zilitaka kushughulisha watu katika kujenga nchi. Viongozi wenyewe si wana na binti za wakulima na wafanya kazi? Yote iliyowapasa watu kutenda ni kushirikiana. Yote iliyotupasa kutenda ni kuonyesha na kung'oa mazao machungu ya ukabila, utaifa na fitina za dini.

Ningetaka kuwashukuru watu wengi, wachezaji na waratibu, waliomsaidia mtoto huyu kusimama. Bethuel Kurutu, Peter Kinyanjui, Bibi Gutzar Nensi, na David Cook walioshughulika usiku na mchana. Yanibidi kumtaja Bibi Kathy Sood ambaye akiwa katibu wa ratiba, mara nyingi alisahihisha mchezo pamoja nami. Tangu mwanzo hadi mkesha wa majaribio ya mavazi yeye na mimi tulikuwa tukifanya mabadilisho ambayo wachezaji waliokwisha choka waliyachukua kwa subira iliyopita kiasi.

James Ngugi

Mchezo huu ulichezwa kwa mara ya kwanza na Chama cha Michezo ya Kuigiza cha Wanafunzi wa Makerere kwenye Jumba la Taifa la Michezo Uganda Novemba mwaka 1962 na wachezaji wafuatao:

Remi   John Agard (Uganda)
Omange   Goody Godo (Malawi)
Thoni   Rhoda Kayanja (Uganda)
Nyobi   Suzie Oomen (India)
Jane   Celia Powell (Britain)
Mchungaji   Peter Kinyanjui (Kenya)
Kiongozi   Bethuel Kurutu (Kenya)
Mzee wa kwanza   Herman Lupogo (Tanzania)
Mzee wa pili   John Monyo (Tanzania)
Jirani wa kwanza   George Ong'ute (Kenya)
Jirani wa pili   Frieda Kase (Uganda)
Mwanamke   Lydia Lubwama (Uganda)

WACHEZAJI

Remi	Karani kwenye kampuni ya mafuta. Zamani akiwa mwanafunzi na mtu wa siasa.
Omange	Rafiki yake wa mjini.
Thoni	Mkewe.
Nyobi	Mama yake.
Jane	Rafiki yake wa Kizungu mjini.
Mchungaji	
Kiongozi	
Wazee	
Jirani wa kwanza	} Wote kutoka kijijini.
Jirani wa pili	
Mwanamke	
Kundi la watu	

KITENDO CHA KWANZA

SHAMBANI

ONYESHO LA KWANZA

Kibanda shambani. Thoni amepiga magoti chini karibu ya meko, akichagua harage katika bakuli. Mara anaingia Nyobi, mwanamke wa makamo, akichukua mtungi wa maji ambao anauweka chini pembeni mwa kibanda.

NYOBI

Umemaliza kuchagua maharage?
Hayajamalizika yakapikwa?

THONI

Karibu yako tayari mama.

NYOBI

Tena umekuwa ukilia mwanangu
Kuachia hayo maji machungu
Yaharibu mashavu yako mwanangu
Kujipatia uso kama wangu.

Kitendo cha Kwanza

THONI

(*Anageuza uso kando*)

NYOBI

(*Akisema peke yake*)
Kwa kweli,
Ulimwengu huu hakika ni mbaya.
Sio kama ule wa zamani
Wana walipokuwa na utii kwa wazazi,
Wakizingatia madai ya umama,
Na kusikiliza wito wa mwili na ardhi.
Sasa tumekwisha mtumia barua nyingi,
Lakini hakuna jibu.
Hakuna hata neno moja toka kwake, mtoto niliyezaa mwenyewe,
Na kama mmea kondeni
Alimea vizuri sana,
Kwa shauku akiangalia jua, upepo na mvua,
Kusitokee "hali ya hewa" mbaya ikaja mdhuru.
(*Akisema na Thoni*)
Mimi, mama yako katika yote nafikiria kizazi,
Naumia kuona upotevu wa usichana wako.

THONI

Oh, mama.

NYOBI

Mara hii,
Moyoni mwako
Umechomwa na haya niliyokwambia?

Onyesho la Kwanza

THONI

Nawezaje
Mwanamke nisiye nguvu wala elimu kuyasikia?
Siwezi sasa kwenda kwa mume wa tatu.
Siwezi kutangatanga huko na huko,
Kama mpira au malaya nchini,
Kujirahisisha mbele ya ulimwengu.
Afadhali mara kumi,
Kujifia na kulala kaburini.

NYOBI

Usiruhusu mawazo hayo yakusumbue,
Yakasumu utulivu na amani yako.

THONI

Hata hivyo siwezi kuishi bila mume,
Bila mume kutia joto kitandani mwangu,
Mume kunitaka chakula cha jioni,
Mume kumfulia nguo zake:
Na mtoto wangu mwenyewe,
Mtoto wa kuniita mama,
Kunifanya nijione mtu mpya.

NYOBI

Mimi ni mwanamke mzee.
Macho haya yameona majilio ya mvua na kutoweka kwake,
Yameona kuchomoza na kuingia jua,
Majira yakifuatwa na majira mengine,
Uzazi na kifo vikibadilishana.
Na haya yote yamenifundisha
Kwamba wanawake hawatabadilika.

Kitendo cha Kwanza

Wewe na mimi, Anjiru, Niene na Wihaki,
Uhuru hauna maana
Zaidi ya ule nilioufahamu zamani:
Nimeona maumivu ya mapigo,
Uchungu wa kuzaa na mapigo ya kifo.
Katika hayo nimejifunza jambo moja:
Furaha ya mwanamke ni kukaripia watoto wake.
Katika kuona vilio na tabasamu zao,
Kuwafanyia japo madogo, wale uwapendao.
Mwanamke bila mtoto si mwanamke timamu.
Lakini pamoja na hayo nimejifunza kwamba
Kusumbuliwa na kufedheheshwa hufuata furaha hii,
Watoto wanapokuwa watu wazima.
Kwa nini mwanangu amenyamaza miaka mingi sana?
Machozi yangu yana maana gani kwake?
Na sala zangu zina maana gani?

THONI
Siye wewe anayekuchukia,
Ni mwili wangu na kitanda changu.

NYOBI
Nachukia kuona ujana wako ukisawajika,
Ukichanika vipande vipande mfano wa nguo iliyoning'-
inizwa sana juani!
Nenda ukajipatie mume mwingine.
Ulimwengu hautakusubiri.
Nakuambia jipatie mume.
Hata kama hatakuoa,
Anaweza kukupatia mtoto.

THONI
Yesu wangu nihurumie.
Kama hili ndilo laana nililopewa,

Onyesho la Kwanza

Nakuomba uliondoe.
Kwa nini wanaume hawaishi nami?
Kifo kilimchukua mume wangu wa kwanza.
Sasa huyu wa pili nduguye naye, ameniacha.
Huzuni na upweke wa kibandani,
Vimeanza kunishambulia.
Hata hivyo Yesu,
Niondolee jambo hili,
Jaribu hili linalorudiarudia mwili wangu.
La! hapana, hapana.
Siwezi kwenda na mume mwingine,
Isipokuwa yeye ninayemwita mume wangu,
Hata kama nikingoja kwa miaka ishirini na zaidi,
Nitavumilia yote.

NYOBI

Mwanangu.

THONI

Mama.

NYOBI

Nina wasiwasi nawe.

THONI

Usiwe na wasiwasi nami.
Naona aibu kwa unyonge wangu.
Tazama sasa,
Sitazidi kuendelea kulia,
Nionapo huzuni inanijia,

5

Kitendo cha Kwanza

Nitatoka kutafuta faraja mitini na milimani.
Nitawaangalia ndege,
Mijusi na wadudu.
Mara nyingi usiku,
Nimetembea peke yangu,
Kutaka mwezi na nyota vizungumze nami.
Wakati mwingine giza hunifariji.

NYOBI

Tulia!
Ninalo wazo akilini mwangu.
Remi zamani alikuwa mcha Mungu.
Akinitii mimi na baba yake,
Kila siku akitamani kutenda mema.
Nitamwendea mchungaji.
Anajua mtoto wetu amepotea,
Amemezwa na starehe za mji,
Nifikapo nitamwambia kuwa:
Nenda mjini, ewe nabii wa Mungu,
Mwambie Remi arudi nyumbani.
(*Inasikika sauti nje ya kibanda. Wote wanastuka*)
Nani huyo?

THONI

Huenda akawa Remi.

NYOBI

Mwanangu!

THONI

Mimi sitasema naye.

NYOBI

Hm! Atajua ninayomfikiria.

Onyesho la Kwanza

THONI

Mimi nitampa kisogo.
(*Anaupa mlango kisogo. Kunaingia mzee. Thoni na Nyobi wanaudhika*)

MZEE

Hamjambo wanawake wa nyumba hii?

NYOBI

Hatujambo.
Hukai chini?
(*Thoni anatoka nje*)

MZEE

Ahsante bibi wa Ngome,
Mungu na amlinde roho yake.
Mumeo alikuwa mtu wa sifa,
Kabla watu weupe kubadili moyo wake
Kumgeuza na kumfanya Mkristo.
Miungu wenyewe wana wivu,
Huchukua walio wema duniani,
Kuwaacha wanyonge wasio na nguvu.

NYOBI

Moyo wangu ungali mzito kwa huzuni.
Zamani naliwaza yuko aliyetia laana nyumbani humu.
Mwanangu wa kwanza alikuwa mkubwa mwenye nguvu,
Nikamnyang'anywa kama vile,
Bila sababu awezayo kubashiri binadamu.
Wala haukupita mwaka
Alipotujaza furaha
Kwa kuoa msichana mbichi,

Kitendo cha Kwanza

Aliye bora nchini.
Machozi yetu yalikuwa bado kukauka
Mume wangu alipokufa,
Na sasa ni Remi,
Mwanaume aliyebaki kuiongoza nyumba hii,
Aliondoka na kutufia huko mjini.

MZEE

Nimefika hasa kwa ajili yake.

NYOBI

Ameonekana?

MZEE

Tulimfahamu awali akiwa mtoto mwema.
Alituridhia matakwa yetu
Akamwoa mwanamke huyu,
Binti wa kabila letu,
Badala ya kumwendea mwanamke mweupe.
Tulifurahi.
Remi hakuwa mume wa Thoni, peke yake.
Remi alikuwa mume mpya pia kwenye kabila.
Kwa elimu yake kubwa,
Angetuunganisha sote pamoja.
Alipaswa kuunda chama cha siasa,
Akatuongoza kupata ushindi.
Lakini sisi, kama wewe, tulifadhaishwa.
Kwa nini aliondoka na kututoka?
Je hiyo ni kawaida?
Sisi, tulio msingi, kabila, tumengoja.
Tunayo hofu.

NYOBI

Hofu gani?

Onyesho la Kwanza

MZEE

Niiseme?

NYOBI

Sema polepole,
Usije ukapasua moyo wangu kwa kubunibuni.

MZEE

Unajua majirani zetu walivyo,
Makabila yanayotuzunguuka
Hayataki kutuona tukistawi.
Nani ajuaye?
Wewe uko huko.
Nami jirani yako niko hapa.
Siwezi kutumia uchawi?
Kukugeuza mawazo yako kinyume cha kabila na nyumba hii?

NYOBI

Unafikiri hivyo?

MZEE

Kwa nini nisifikiri hivyo?
Unayo macho lakini huoni.
Remi, mwanao na wetu sote,
Ndiye peke yake aliyeelimika nchini,
Amewapita watu wote kwa elimu,
Weusi na weupe pamoja.

NYOBI

Yesu, mwokoe mwanangu.
Hiyo dawa mbaya isimdhuru,
Inayomgeuza mawazo yake mbali na kwao.

Kitendo cha Kwanza

Mzee!
Nitafanya nini?
Wewe na kabila hamwezi kufanya kitu?

MZEE

Nimeletwa kwako na wazee.

NYOBI

Wanataka nini?

MZEE

Matakwa ya moyo wako.

NYOBI

Mwanangu?

MZEE

Tunataka kutuma mtu kwenda mjini,
Atakayechukua dawa kidogo
Ya kumfanya Remi arudi kwenye kabila.

NYOBI

(*Akiwa na mashaka*)
Nani? Nani ametoa dawa hiyo?

MZEE

Ha! Ha! Ha!
Sisi wa kabila la Marua hatuwatoto,
Wala wapumbavu kamwe.
Ungali ukiamini mtu mweupe alivyosema?
Alisema kuwa dawa zetu ni mbaya, mbaya!
Watu wengine walidanganywa kwa urahisi,
Na hata sasa, miaka minne kamili baada ya uhuru,

Onyesho la Kwanza

Hawajagundua uwongo huo.
Ungali ukijiita Mkristo?
Nitakuambia.
Mwezi uliopita mganga wetu alipata taarifa kutoka kwa Mungu.
Aliona njozi,
Na hapo,
Akaliona kabila likikua,
Likizidi kuwa na nguvu,
Na kutawala nchi yote.
Lakini kulikuwa na pingamizi.
Kabila lilipaswa kwanza kustawisha mmea,
Mmea wa chanikiwiti katikati yao.
Uhai huo wa chanikiwiti ungetuongoza kupata uwezo na utukufu.

NYOBI

Mtaupata wapi mmea huo?

MZEE

Remi, Remi.
Lazima tumrudishe kutoka mjini.
Tulifikiri ulikuwa na ujumbe kwake.

NYOBI

Mwambie,
Mkewe na mama yake wanataka arudi.
Ewe, Mzee.
Kama ukiweza kum—

MZEE

Amini dawa ya Marua kuwa itafaulu.

Kitendo cha Kwanza

NYOBI

Mimi. Naamini.

MZEE

Na—

NYOBI

Ndio?

MZEE

Kuna kitu kingine.
Tulikutaka wewe
Kuwapa hao wajumbe wetu pamoja na dawa yao,
Mbaraka wako wa umama,
Kuwashughulikia wakiondoka kwa safari hiyo ngumu.

NYOBI

Niko tayari,
Tayari kabisa.
Nenda kwa amani na upate kufanikiwa.
(*Mzee anaondoka*)
Nimefanya nini?
Nafahamu Kristo anachukia dawa zetu.
Tuseme Mungu akinipatiliza
Ili Remi asirudi nyumbani?
(*Anatafuta shela. Thoni anaingia*)

THONI

Mzee ameondoka?

NYOBI

Wanakwenda kumchukua.

Onyesho la Kwanza

THONI
Remi.

NYOBI
Ndio.

THONI
Oh, Mama,
Unafanya nini?

NYOBI
Natafuta shela yangu.
Lazima nimwone mchungaji.
Lazima tumtume mjini.

THONI
Lakini wazee wanakwenda huko—

NYOBI
Nafahamu.
Habari hiyo inahitaji uwezo wa Kristo,
Pamoja na nguvu ya taifa
Ili kumrudisha Remi.

ONYESHO LA PILI

Mahali pa kukutanikia, upenuni.

KIONGOZI WA WAZEE
Wazee wa kabila. Nafahamu wote mnataka Remi arudi.

WAZEE
Ndio. Remi lazima arudi.

Kitendo cha Kwanza

KIONGOZI

Mimi sitoi hotuba. Natoa neno moja, lazima nishirikiane nanyi neno moja. Sisi wazee wa Marua tunapenda ardhi yetu. Kwa sababu hiyo, miaka iliyopita tulipatana kumpiga mtu mweupe na kumfukuza nchini. Leo upendo huo huo wa ardhi yetu unatufanya tumgeukie mtu huyo aliyeelimika nchini. Tazameni nchi yetu tangu ipate uhuru. Ardhi iko wapi? Chakula kiko wapi? Shule za watoto wetu ziko wapi? Nani wa kabila letu aliyemo serikalini? Nani katika sisi anayeonekana katika magari makubwa na nyumba za mawe? Kabila letu linatawaliwa na serikali ya makabila mengine. Uhuru umetuletea faida gani?

WAZEE

Hakuna.

KIONGOZI

Msiseme hakuna. Umetuletea kodi kubwa na kubwa zaidi. Tunaambiwa habari za barabara, hospitali, lakini mwenye njaa nani anayehitaji barabara? Wote tuliposimama imara katika chama cha Mwafrika, tulifikiri kuwa mara tu uhuru utakapopatikana, kodi kwa maskini itaachwa.

WAZEE

Remi lazima arudi. Remi lazima utuokoe.

KIONGOZI

Mwe na subira. Tulipokwenda kwa mganga, alitutaka kuchagua wazee watatu watakaokwenda mjini na kwa kutumia dawa aliyotupa, tutamshawishi Remi kurudi

kwenye kabila. Nani asiyeamini kwamba akili ya Remi imeharibiwa na macho maovu ya jirani zetu? Barua alizotuandikia alipokuwa akisoma chuoni na hotuba zake kutuomba tujiunge na chama cha Mwafrika ambacho kinatawala sasa, hudhihirisha kuwa atakuwa na itibari kwenye kabila. Basi, nimechagua wazee wawili watakaokwenda nami.
(*Anaingia mzee*)

MZEE
Amani iwe kwenu, wazee wa kabila.

KIONGOZI
Yule mwanamke alitoa mbaraka kwenye ujumbe wetu?

MZEE
Kama mvua. Mwanawe ni mpenzi zaidi kuliko Ukristo wake.

KIONGOZI
Tuelekeze macho yetu sasa mlimani
Na tuseme: Na iwe hivyo ewe Muumba.

WAZEE
Basi na iwe hivyo ewe Muumba.

KIONGOZI
Basi na iwe hivyo ewe Muumba mkuu,

WAZEE
Basi na iwe hivyo ewe Muumba mwenye nuru.

KIONGOZI
Jua halitakuwa kali kuliko dawa yetu.

Kitendo cha Kwanza

WAZEE

Basi na iwe hivyo ewe Muumba

KIONGOZI

Upepo hautaipinga dawa yetu.

WAZEE

Basi na iwe hivyo ewe Muumba.

KIONGOZI

Milima itahamishwa na dawa yetu.

WAZEE

Basi na iwe hivyo ewe Muumba.

KIONGOZI

Remi atarudia.

WAZEE

Basi na iwe hivyo ewe Muumba.

KIONGOZI

Hakuna kabila litakalokuwa na nguvu kuliko la Marua,

WAZEE

Basi na iwe hivyo ewe Muumba.

KIONGOZI

Basi na iwe hivyo ewe Muumba mkuu.

WOTE PAMOJA

Basi na iwe hivyo daima na milele.

Onyesho la Pili

KIONGOZI

Neno moja zaidi nataka kuwaambia. Remi arudipo, asishikwe na nguvu ya mama yake, au ya mchungaji. Wote mnakumbuka baba yake alivyokuwa mtu mwema, kabla ya kushikwa na uwezo wao uliopoteza utu wake. Hakupata tena kurudia hali yake njema, mpaka alipokaribia kufa. Hapo alitugeukia sisi, sio mkewe, tumshawishi Remi amwoe mwanamke huyu. Hilo linapasa kuwaonyesha uwezo wetu. Sasa twendeni. Tutakutana tena hapa. Wakati -

WOTE

Remi arudipo.

ONYESHO LA TATU

(upenuni pale pale)
(Mchungaji anaingia. Nyobi akimkimbilia)

NYOBI

Mchungaji, Mchungaji.

MCHUNGAJI

Unamwamini Kristo sawasawa?

NYOBI

Ninakuja nyumbani kwako.
Lazima utusaidie.

MCHUNGAJI

Simama binti yangu.
Usipige magoti mbele yangu, binadamu nisiyedumu,

17

Kitendo cha Kwanza

Au sivyo utakaribisha hasira ya Kristo
Ambaye zamani sana alimwaga damu yake
Kutusafisha dhambi zetu.
Lakini wasiwasi gani uliyonayo?
Unaonekana kuwa na wasiwasi.
Una habari gani moyoni mwako?

NYOBI

Nimenaswa.
Wazee wamenifanyia hila.

MCHUNGAJI

Una maana gani?

NYOBI

Ni juu ya mwanangu.

MCHUNGAJI

Remi?
Kwani amerudi?

NYOBI

Hapana.
Wanataka kumtumia watu.
Hivyo waliniita niwape mbaraka
Nami nikiwa nimejaa shauku ya umama kumwona mwanawe amerudi,
Nikasaliti moyo wangu,
Kutoa mbaraka uliotakiwa.

MCHUNGAJI

Kristo au Paul alisema kwamba
Viuno vyenu siku zote viwe mishipi

Onyesho la Tatu

Kwa kuwa tayari
Na miili yenu kuwa na mavazi ya chuma.
Itakuwaje watakapomleta?
Atatupotea,
Na uvuli wa Yesu
Hautakuwapo kumburudisha.
Zamani alikuwa mtoto mwema,
Zamani kabla ya kwenda chuo kikuu hicho.
Wakati huo alikuwa mfuasi mwema wa Kristo.
Nakumbuka ilivyokuwa,
Siku fulani alikutana nami
Akanikimbilia na kuniuliza,
"Mchungaji, Mchungaji! Nani alikufa msalabani?"
Nikiwa na furaha moyoni nalimwuliza,
"Nani?"
"Nafahamu" angejibu mara tu,
"Kristo ndiye aliyekufa mtini!"
"Kumfia nani?"
"Mimi."

NYOBI

Ah Remi!

MCHUNGAJI

Alipokwenda kwenye chuo kikuu hicho—
Ah! siku zote nalisema kuwa shetani ana hila:
Alimshughulisha katika siasa
Pamoja na raha nyingine za ulimwengu na uwezo.
Akawa—ah—basi—
Katika kile chama cha Mwafrika: hakuwamo?

NYOBI

Alikuwa mmojawapo.
Mungu amsaidie.

Kitendo cha Kwanza

MCHUNGAJI

Siasa.
Akawa ametupotea.
Kama punje ya mbegu
Ambayo ilopoanguka kando ya njia,
Ilikosa manufaa ya ardhi ya rutuba.
Alikauka na kupotea.

NYOBI

Namtaka arudi, Mchungaji.
Remi ameacha mwanamke kijana,
Naye, kama mti mchanga kwenye nchi kame,
Atakauka pia kwa joto la upweke.

MCHUNGAJI

Usifikiri habari za mwili.

NYOBI

Yeye ni mwanamke kijana tu.
(*Mchungaji anaanza kuondoka. Anamkimbilia* "Mchungaji, Mchungaji")
Yeye ni mche
Ambao matunda yake baadaye
Yatakuwa ya manufaa kwetu sote.
Lakini mche huhitaji mtunza bustani.

MCHUNGAJI

Nyobi.

NYOBI

Mimi.

Onyesho la Tatu

MCHUNGAJI

Unampenda Kristo?

NYOBI

Ndio.

MCHUNGAJI

Hujui Kristo alivyokutendea?
Ijapokuwa mumeo aliitwa,
Na pia mwanao wa kwanza,
Mungu amekupa mtoto huyu
Ili umwongoze msalabani.
Wokovu haupatikani kwa njia ya mwili.

NYOBI

Ni vigumu kwake.

MCHUNGAJI

Hebu na tusali.
Mungu wa Ibrahim, Mungu wa Isaka,
Tutazame.
Hatuna nguvu,
Lakini unaweza kutuokoa.
Uwe pamoja na Nyobi.
Mwelekeze afikiri mbinguni
Ili apate kumlea mtoto huyu
Kukupenda na kukutumikia.

MCHUNGAJI NA NYOBI

Amin.

NYOBI

Lakini

Kitendo cha Kwanza

MCHUNGAJI

Ehe,

NYOBI

Remi.

MCHUNGAJI

Ana nini?

NYOBI

Mwombee naye pia.

MCHUNGAJI

Nitakufunulia mawaza yangu.
Mwanao aliondoka,
Akavutwa na shetani kwenda mjini.
Huko chuoni alikuwa mkaidi,
Akaondoka kwenye njia ya unyofu.
Mungu alimtaka kuwa mpanzi wa mbegu za Kristo.
Kwa nini Mungu alimpa elimu ile?
Ili awaongoze kondoo wengi waliopotea,
Wamrudie Kristo Bwana wao.
Lakini Remi alikataa kwenda Ninawi,
Akakimbilia kwenye mji wa uasherati.

NYOBI

Basi Mungu na amsaidie.

MCHUNGAJI

Nenda nyumbani sasa.
Mwangalie mtoto.
Mlee ili amwogope Mungu.
Mungu atakusamehe.

Onyesho la Tatu

NYOBI
Mchungaji

MCHUNGAJI
Ndio.

NYOBI
Wewe hutakwenda?

MCHUNGAJI
Wapi?

NYOBI
Mjini.

MCHUNGAJI
Mjini?

NYOBI
Ndio. Nenda mjini.
Ukamlete mwanawetu.
Wewe atakusikiliza.
Namhitaji afike.

MCHUNGAJI
(*Akifikiri*) Huenda sisi Wakristo twamhitaji pia.
Mimi ni mzee,
Mwisho wa siku zangu unakaribia.
Kwa vile tumepata uhuru,
Unaoleta matatizo mapya,
Kanisa la Kristo litahitaji vijana.

NYOBI
Ni kweli kabisa. Tumshukuru Mungu.

MCHUNGAJI
Nami pia nitakwenda mjini.

KITENDO CHA PILI

MJINI

ONYESHO LA KWANZA

Linaanzia mahali fulani mjini. Linakuwapo kundi la vijana wa mataifa mbalimbali wakipiga magita na kucheza, dalili ya kuwapo chama cha dansi. Sehemu nyingine ya mziki imo gizani. Mziki unavuma sana na kusikika na mara unaanza kufifia. Onyesho mara linabadilika kuwako chumbani kwa Remi. Mwenyewe amejilaza kwenye kitanda na huko. Jane anaingia.

JANE

Halo Remi.

REMI

Oh Jeni, nafurahi sana kukuona.

JANE

Mbona! Hujakuwa tayari bado? Wewe ndivyo ulivyo unangoja mpaka dakika ya mwisho.

Onyesho la Kwanza

REMI

Oh, nasikitika, nimestukia kuona uchovu, na kutotaka kutoka nje wakati huu.

JANE

(*Anacheka*)

REMI

Unacheka nini?

JANE

(*Anaendelea kucheka*)

REMI

Una nini? Umepagawa?

JANE

Ajabu, ajabu sana.

REMI

Ajabu gani?

JANE

Ninafikiri ulivyosema kuwa umechoka. Hilo peke yake latosha kumchekesha mtu.

REMI

Hapana, kwa kweli hasa nimechoka.

JANE

Ungeweza kusema hivyo mwaka wa jana? Ulipokwenda kilabu hiki na kile kana kwamba ulikuwa mtu mwenye wazimu aliyekuwa akitoroka jambo fulani.

Kitendo cha Pili

REMI

Jeni!

JANE

Be!

REMI

Usiseme hivyo.

JANE

Kwa nini?

REMI

Labda, niseme nalikuwa na wazimu.

JANE

Una maana gani kusema hivyo?

REMI

Sina maana yoyote.

JANE

Niambie una nini Remi. Umebadilika sana wiki hizi chache zilizopita, kila wakati huwa unawaza juu ya jambo fulani ukikaza macho yako hewani. Niambie yanayokusumbua, labda ninaweza kukusaidia.

REMI

Unafahamu, unanikumbusha habari za mama yangu—siku zote alikuwa na mashaka sana na hali ya wanawe. Akisema, "Remi mwanangu, unaonekana umechoka sana leo. Huli chakula chako sawasawa. Remi unasumbu-

Onyesho la Kwanza

liwa na nini? Huko shule wamekufanya nini? Niambie huenda naweza kukusaidia—"

JANE

Usiwe laghai namna hiyo. Niambie habari za mama yako. Siku zote wewe hutaki kuzungumza mambo yanayohusu jamaa yako.

REMI

Mama yangu ni mzee, anakwenda mtoni kuchota maji, na kwenda mwituni kutema kuni—na bila shaka hivi sasa anafikiri habari zangu. Je kuna zaidi?

JANE

Anafikiri nini juu ya mwanawe aliyeelimika?

REMI

Kama kawaida—alinitaka nioe na kuwa na nyumba na watoto. Lakini unafahamu, nalikuwa na haya sana kwa wasichana.

JANE

Wewe! Haya kwa wasichana! Ambaye karibu kunila nyama siku ile ya kwanza ulipokutana nami kwenye kilabu. Jinsi gani basi mvulana wetu huyo mdogo mwenye haya alivyojifunza kucheza na kuwa mtundu kwa wanawake, hata wale walio wageni kwake?
(*Remi hajibu*).
Kiko kitu kinachokusumbua. Ngoja—nakijua. Kwani hutaki kunitembeza nje? Lakini hilo sio lazima.

REMI

(*Anatikisa kichwa chake*)

Kitendo cha Pili

JANE

Sivyo? Basi ni habari za kwenu. Kwa nini basi hatwendi huko? Yaani kwenu kwa wazazi wako?

REMI

Unauliza kwa nini siendi kwetu?

JANE

Kumbuka hujapata kunipeleka huko?

REMI

Jeni!

JANE

Be!

REMI

Siku fulani utafahamu. Habari nzima ni kwamba nimechoka sana na mji huu, hivyo tu. Nachukia kutumikia makampuni haya ya mafuta ambayo yalishambulia nchi yetu. Kushughulika na mafaili, mafaili mchana kutwa.

JANE

Rudi kwenu basi. Ukawe mwalimu. Hiyo ni kazi nzuri ya manufaa sivyo?

REMI

Nikafe njaa—wakati mawaziri na makatibu wao wa kudumu wananenepa kwa rushwa na mishahara minono.

JANE

Watu wengi wa kwenu wangefurahi kupata mshahara wako wa uwalimu.

Onyesho la Pili

REMI

Ni kweli—lakini na tuache kuzungumza mambo haya. Husemekana kwamba maisha ni mafupi sana. Je twende?

JANE

Kwenye kilabu cha usiku?

REMI

Ndio.

JANE

U-kijana mzuri sana wewe.
(*Wanakumbatiana*)

ONYESHO LA PILI

Chumba hicho hicho. Siku ya pili. Remi yuko peke yake akisoma gazeti la Jumapili. Ghafla anasikia sauti kubwa ya fujo ya kugongwa mlango.

REMI

Karibu.
(*Kugonga kunaendelea kukiwa kwa jeuri*)
Karibu—ye yote uwaye.
(*Anaingia Omange—huko akicheka. Remi anajifanya amechukiwa*)
Ewe mhuni.

OMANGE

(*Akijipendekeza*) Natumaini tulipata kukutana. Wewe ni Bwana? — ee — ee — Bwana? —

Kitendo cha Pili

REMI

Nitakuuwa, mwanaharamu wee!

OMANGE

Oh—Bwana. Niuwe! (*Wote wanaanza kucheka*) Halo.

REMI

Halo. Unaweza kukaa kitini, mezani, chini au nenda zako.

OMANGE

Usiku ulikuwaje?

REMI

Kulikuwako na mitindo kadhaa, kuzunguuka wawili, kupembea, kutwisti na cha cha cha michezo ya kawaida. Sasa tuache hayo, umeona habari hii? (*Anamwonyesha Omange lile gazeti la Jumapili. Omange analisoma*).

OMANGE

Unafahamu Remi, mimi nahofia nchi yetu. Uhuru haukulegeza mkazo wa ubaguzi wa mataifa. Habari hii ya huyu msichana wa Kiesia aliyefukuzwa na jamaa ya watu wake kwa sababu alionekana akitembea na Mwafrika sio tukio la kwanza.

REMI

Hukutegemea hayo wala hukupenda serikali itoe sheria juu ya mila za watu.

OMANGE

Hukunielewa. Inategemea namna ya serikali, juu ya kupitisha sheria na juu ya jambo lenyewe.

Onyesho la Pili

REMI

Inategemea! Inategemea juu ya namna ya namna ya nini?

OMANGE

Unaweza kunicheka. Lakini chukua ukabila kwa mfano. Tangu uhuru, ukabila na imani za kikabila vinaonekana vimeongezeka. Na hata viongozi walio kitegemeza Chama cha Mwafrika ndio hasa wao wanaopendekeza mambo hayo. Unafikiri watu hawa wanaweza kupitisha sheria ya manufaa ambayo ingeweza kutikisa msingi wa nguvu zao?

REMI

Ndio, baadhi ya viongozi hawa huduma yao ilikuwa ya maneno tu. Chama cha Mwafrika kilikuwa huduma ya maneno tu. Lakini unafikiri serikali inapaswa kufanya nini? Kutoa mahubiri tu?

OMANGE

Serikali inapaswa kutenda kitu. Lazima imchukulie hatua kali mtu ye yote anayeonekana akizipendekeza tofauti za mataifa, makabila, au dini kwa manufaa fulani. Lakini na tukumbuke kwamba hata serikali ya mtu mweusi inaweza kuwa na makosa. Kwa mfano tazama sheria ya kuzuia migomo.

REMI

Kama serikali ikipiga marufuku migomo yote, hilo litakuwa ndio jambo bora sana watakalokuwa wamefanya mpaka hapo. Serikali katika nchi ambayo ndio kwanza ijitegemee yenyewe haina budi kuwa na nguvu sana.

31

Kitendo cha Pili

OMANGE

Lakini kwa nini kumnyang'anya mfanya kazi chombo hicho kimoja atumiacho? Chama cho chote cha Wafanya kazi bila ya haki ya kugoma ni mfano wa simba asiye na makucha wala meno. Je serikali pia itajichukulia ardhi, mabenki, na makampuni ya mafuta na kuwapa watu wetu? Kwa vyo vyote kuna njia nyingine za kushughulika na wale watu wanaokupinga zaidi ya kukataa kuwasikiliza na kuwaachilia mbali.

REMI

Nini kwa mfano?

OMANGE

Ungeweza kuwapa wakitakacho. Walichokipigania. Nguvu za watu wote lazima ziwe ndio msingi wa uchumi wetu. Sio misaada kutoka nchi za nje.

REMI

Wewe ni kama mmojawapo wa wale wanasiasa wanaoipinga serikali. Hawatambui matatizo yaliyoletwa na uhuru kuwa ni tofauti na yale ya siku za ukoloni. Kisha tena unaweza kuzidi kuwa mharibifu, maana ukiwa mpinduzi mwananchi kusudi lako ni kuufedhehesha ukoloni kadamnasi.

OMANGE

Lakini watu wanayo haki ya kuiangamiza serikali, serikali yo yote, inayodumisha kanuni za kikoloni.

REMI

Ndio. Lakini hatuwezi kuiondoa ile tabia ya upinzani na

kusaidia kujenga? Watu wengine hufikiri kwamba ni lazima waendelee kuipinga serikali katika kila jambo. Tena ni hatari zaidi wakati upinzani wenyewe ukiwa kama ule wa Chama cha Dimokrasi uliojengwa hasa katika misingi ya ukabila na dini. Mimi nachukia jambo hili. Hata nilipokuwa chuoni nalichukia vile vyama vidogo vidogo vya siasa na vya ushirika vilivyojengwa katika ukabila na utaifa.

OMANGE
Kweli nalisahau, ulishughulika sana na siasa za taifa hata ulipokuwa chuoni.

REMI
Ndio. Nalikuwa mwenye bahati mbaya kuwa wa kwanza katika kabila langu kufika Chuo Kikuu. Unafahamu ni kabila dogo. Wazee walisikiliza sauti yangu. Naliwaandikia barua, hasa kuwaambia wakiunge mkono Chama cha Mwafrika na Waziri wetu Mkuu. Na wakati wa likizo nalishika mikutano kila mahali na kuwaambia: jiungeni na Chama cha Mwafrika.

OMANGE
Kwa nini basi hukupigania uchaguzi? Ulikuwa na bahati nzuri na labda sasa ungekuwa serikalini.

REMI
Sikupenda.

OMANGE
Kwa nini?

REMI
Kwa sababu kabila lilinitega.

Kitendo cha Pili

OMANGE

Una maana gani?

REMI

Nalinaswa. Na nilipotanabahi hayo nalikwisha kuchelewa kufanya lolote.

OMANGE

Una maana gani? Hujapata kuniambia habari hiyo.

REMI

Hivyo nikakimbia na kutoroka kuja mjini.

OMANGE

Usiwe mtu wa mafumbofumbo.

REMI

Nalitaka kubaki nilivyo.

OMANGE

Wewe, kuitoka siasa—kuiachia watu waliojaa ukabila ili wawachafue watu? U-mtu wa-ajabu.

REMI

Sio ajabu. Hiki ni kidonda. Viko vidonda fulani. Vidonda ambavyo havitaweza kupona, Omange. Hata!

OMANGE

Nasikitika.

REMI

Labda ilinipasa kukuambia mapema. Rafiki angaliweza kunisaidia. Kidonda changu ni mwanamke. Unatikisa

Onyesho la Pili

kichwa? Lakini nisikilize, Omange. Zamani nalikuwa na kaka. Alikuwa mpendwa wangu. Lakini katika mengi alikuwa tofauti na mimi. Yeye alikuwa mwenye nguvu zaidi. Mwenye uwezo wa kutenda. Lakini mimi naliona aibu watu. Hata wanawake walinitisha. Lakini kundi la watu sikuliogopa. Naliona sawa kusimama mbele ya kitu kisichokuwa na uso. Kulikuwa na msichana kijijini kwetu ambaye kwa siri nalimpenda. Lakini nalikuwa nikiumia kimyakimya. Kila siku nalifikiri nitafunua upendo wangu kwake. Hakunipa nafasi. Kila siku alinitazama kwa macho maelekevu—yenye haya lakini ya kunivuta. Nalijaribu kutaka kumweleza kaka yangu lakini kwa namna fulani kilikuwapo kitu siku zote kilichonizuia. Halafu nalikwenda chuoni. Siku moja nalikata shauri kumwambia yule msichana. Kumwambia kwamba nalimtaka awe mchumba wangu. Nalitaharuki na kuchachawa. Siku hiyo nilipata barua toka nyumbani—

OMANGE
Endelea.

REMI
Kwamba, yeye na kaka yangu walitaka kuoana.

OMANGE
Kuoana?

REMI
Ndio. Kwa siku moja au mbili nalishinda kitandani tu. Naliona kwamba yeye na kaka yangu walinisaliti. Hawakuweza kusoma moyo wangu? Kisha nikawaza kuwa bila shaka yule msichana alimpenda kaka yangu siku zote. Baada ya hapo nikapoa. Nalimshukuru Mungu

35

Kitendo cha Pili

kwamba sikutoa lo lote kwa ye yote. Mwisho wa mwaka nalikata shauri kwenda nyumbani. Yule msichana sikumfikiria lo lote tena. Katika mawazo yangu sasa alikuwa mke wa kaka yangu. Lakini—unapata kuwa na fahamu za matukio mabaya?

OMANGE

Nini?

REMI

Ah, kwamba kitu fulani kinataka kutokea?

OMANGE

Pengine. Lakini kwa nini kuuliza hivyo?

REMI

Naikumbuka sana safari hiyo. Nalitetemeka mwili wote bila sababu. Sikuweza kusogea. Mara nikawa mgonjwa. Rafiki zangu tuliokuwa wote garini iliwabidi kunibeba mpaka kwetu. Kisha ah—nielezeje?

OMANGE

Endelea.

REMI

Kaka yangu akafa. Kwa kusagwa na gari. (*Kipindi cha kimya.*) Yamekwisha kupita sasa. Lakini hali hiyo ilikuwa mbaya—ya kutisha sana. Hakukaa na mkewe zaidi ya miezi sita.

OMANGE

Sasa mkewe vikawaje?

Onyesho la Pili

REMI

Mara baada ya hapo baba yangu akawa mgonjwa. Ulikuwa mstuko wa kifo cha kaka yangu. Aliniita kitandani kwake akaniambia, "Remi. Unafahamu desturi yetu. Mke wa kaka yako sasa ni mkeo." Nalikataa kumwoa.

OMANGE

Lakini ulimpenda?

REMI

Wewe mwenyewe huoni? Nalikwisha ridhika kwamba alikuwa mke wa kaka yangu. Na kweli ilikuwa hivyo. Ningewezaje tena kuchukua mke wa mtu mwingine? Nalitaka mwanamke wangu mwenyewe. Lakini kama ningemwoa yule msichana ningewezaje kuondoa ile fikara kichwani mwangu kwamba alikuwa mke wa mtu mwingine? Ningewezaje kumfanya kuwa ni mke wangu? Hapana hata kidogo. Sio kwamba mimi ni mtu wa dini sana. Hata leo ningeweza kutoroka na mkeo kama nikifahamu ananipenda.

OMANGE

Sasa ilitokea nini?

REMI

Oh, mama yangu aliangusha kilio. Baba yangu, ijapokuwa alikuwa Mkristo aliomboleza na kulaani. Wazee wa kabila walikuja na kunisihi nikidhi takwa la baba na kutii ile desturi takatifu ya kabila. Hawa walikuwa ndio watu niliokuwa nikiongoza. Naliwaomba hapo mapema wawe watii na waaminifu katika Chama cha

Kitendo cha Pili

Mwafrika. Wakanitii. Sasa walinitaka nionyeshe utii wa namna hiyo hiyo kwao. Mwishowe nalikubali kuishi naye.

OMANGE.

Ulimwoa?

REMI

Ndio.

OMANGE

Alipenda kuolewa nawe?

REMI

Nini! Kuolewa nami? Msichana hakupata kunipenda.

OMANGE

Ulifahamuje? Ulimwuliza?

REMI

Hata!

OMANGE

Ulimjulisha kwamba ulimpenda?

REMI

Nalifahamu hakunipenda. Au sivyo asingeolewa na kaka yangu. Ningewezaje kumwendea na kumwambia, "Thoni nakupenda. Nimekuwa nikikupenda siku zote." Hata kama angekubali na kunionyesha upendo fulani kuitikia ule wangu ningefahamu kwamba alinigeukia kujaza pengo moyoni mwake kujifariji katika huzuni ya kufiwa na mume wake wa kweli. Wewe ungetaka kuona mwanamke akikutumia kwa sababu hakuweza kupata mwanamume yule aliyempenda hasa?

OMANGE

Remi, nafikiri ingekuwa bora kuiacha kazi ya ukarani wa kampuni ya mafuta. Rudi kwenu.

REMI

Hata kidogo. Sitarudi nyumbani kwetu. Sitarudi kwetu hata kidogo. (*Anaingia kiongozi pamoja na wazee wawili. Panakuwa kimya*). (*Anafadhaika na kumwambia Omange*). Tafadhali nenda. Jeni na mimi tulitaka kutoka na kutembea. Nenda ukamzuie asifike hapa. Hawa ni wazee wanaotoka Marua.
(*Omange anatoka*)
Hamjambo wazee na kabila?

KIONGOZI

Amani na iwe kwako.

REMI

Kuna habari gani yo yote ihusuyo nchi? Au kwa nini mnakuwa na uchovu namna hiyo katika nyuso zenu? Na kuinamisha vichwa vyenu kana kwamba kuna kitu kizito ndani ya mioyo yenu? Mnaniogofisha mnapogeuza macho yenu kando namna hiyo.

WAZEE

(*Kimya*).

REMI

Semeni sasa. Kimya chenu kimestua moyo wangu. Hakina faida yo yote.

Kitendo cha Pili

KIONGOZI

Ulituacha.

MZEE WA KWANZA

Sasa hatukuoni.

MZEE WA PILI

Hatuna mahali pa kutegemea.

REMI

Enyi baba za kabila. Mambo haya yalipasa kutokea. Ilikuwa kosa langu kwa sababu nyingi. Acheni iwe hivyo. Kama ule uvimbe wa zamani wa kuwawakilisha serikalini siwezi, hata sasa, kubadili nia yangu.

KIONGOZI

Tunaipenda ardhi yetu.

REMI

Hata mimi naliipenda.

MZEE WA KWANZA

Tunalipenda kabila letu.

MZEE WA PILI

Tunataka kulitumikia kabila letu.

REMI

Hata mimi nalilipenda na kulitumikia.

KIONGOZI

Tulipigana na mtu mweupe tukakufuata.

Onyesho la Pili

REMI

Mimi nami nalipigana na mtu mweupe na kuwafuata ninyi.

MZEE WA KWANZA

Kabila letu sasa linalia na kuomboleza chini ya serikali mpya.

MZEE WA PILI

Hakuna mtoto wa kwetu aliye D.O.

KIONGOZI

Hakuna mwenye ngozi na damu kama yetu aliye katika serikali mpya.

REMI

Sasa mnataka nini?

MZEE WA KWANZA

Mwana wa Ngome,
Wewe zamani sana ulituambia sisi kabila lako
Kukiunga mkono Chama cha Mwafrika.

MZEE WA PILI

Ukatuahidia kupata uhuru.

REMI

Mmepata uhuru wenu.

KIONGOZI

Kutozwa kodi.

Kitendo cha Pili

> MZEE WA KWANZA

Kazi za kulazimishwa.

> MZEE WA PILI

Ukame wa nchi.

> KIONGOZI

Mavuno hayakustawi.

> MZEE WA KWANZA

Mifugo yetu haitupi maziwa tena.

> MZEE WA PILI

Hakuna kazi kwa wale wa kabila letu.

> REMI

Sote tuna msiba.

> KIONGOZI

Ndio, tulipopigana na mtu mweupe
Lakini sasa—

> MZEE WA KWANZA

Mwanangu ni mwanangu.

> MZEE WA PILI

Kijiji changu ni kijiji changu.

> KIONGOZI

Kabila langu, ladumu kuwa kabila langu.
Lazima utusaidie.

Onyesho la Pili

MZEE WA KWANZA NA WA PILI

Lazima utuongoze.

KIONGOZI

Na kutuokoa.

WOTE PAMOJA

Lazima utuokoe.

KIONGOZI

Baba wanakuhitaji nyumbani.

MZEE WA KWANZA

Na wakina mama wanakulilia.

MZEE WA PILI

Kabila linakungojea.

REMI

Hebu ngojeni!

KIONGOZI

Tunataka chama cha siasa cha kabila.

MZEE WA KWANZA

Na Waziri Mkuu kutoka kwenye kabila.

MZEE WA PILI

Tunataka kiongozi wa nchi yote.

REMI

Subirini! (*Anazunguka kidogo kwa mawazo*)
Mnanitaka nini?

Kitendo cha Pili

KIONGOZI

Kwanza urudi nyumbani.

MZEE WA KWANZA

Ukamwendee D.O. mpya.

MZEE WA PILI

Neno lako litakuwa na nguvu.

KIONGOZI

Mweleze juu ya nchi yetu inavyodhulumiwa.

MZEE WA KWANZA

Pamoja na taabu zetu zote nyingine.

MZEE WA PILI

Hatutaki kutozwa kodi tena.

WOTE

Mtu mweupe ameondoka.

KIONGOZI

D.O. atoke mwenye kabila.
Hatutaki jingine isipokuwa uongozi wako.

REMI

Mnanitaka nirudi kwetu?

WOTE

Ndio.

REMI

Kweli mnataka mimi kuwaongoza?

Onyesho la Pili

WOTE

Ndio.

REMI

Basi, ninyi, nyote rudini nyumbani. Mimi, sitarudi kamwe.

KIONGOZI

Basi tunakwenda.

MZEE WA KWANZA

Tunakuacha.

MZEE WA PILI

Mwana wetu.

KIONGOZI

Lakini mioyoni mwetu tunafahamu.
Kwamba huwezi kutushindwa.
(*Wanapoondoka, mzee mmoja anaangusha chini kifurushi kilichofungwa hodari kwa majani makavu ya migomba*)

REMI

Hapana! Hata kidogo.
Juhudi yetu wananchi iliyotupa imani na tumaini kwenye siku za taabu na utumwa wa kikoloni imeharibiwa kabisa kabisa kwa imani za kikabila namna hii? Maishani mwangu mwote naliamini kutatokea taifa jipya. Tuko wapi sasa? Labda nalikosea nilipokuja mjini, kufuata nilivyoongozwa na moyo wangu. Hata hivyo naweza kurudi kwetu? Ni wazi kwamba maisha ya mtu ya uongozi hutegemea kabisa uimara wa maisha yake binafsi.

Kitendo cha Pili

(*Anaingia Mchungaji. Panakuwa kimya*)
Oh! habari za mchana, Mchungaji.

MCHUNGAJI

Nzuri.

REMI

Umetoka mbali.

MCHUNGAJI

Sio mbali.
Katika makusudio ya moyo wa mtu.
Na Kristo yupo kuwa kiongozi.

REMI

Nchi na watu, vyote salama?

MCHUNGAJI

Tunakuhitaji.
Hapana, Mungu anakuhitaji.

REMI

Hata wewe, Mchungaji wataka chama cha siasa?

MCHUNGAJI

Sio hivyo, mwanangu.
Mama yako anakuhitaji.

REMI

Hana haja nami.

MCHUNGAJI

Kila siku anadhofu.
Unataka afe?

Onyesho la Pili

REMI

Hilo ni juu yake.

MCHUNGAJI

Kumbuka kwamba,
Alikuzaa.

REMI

Ndiyo—ndiye mama yangu.

MCHUNGAJI

Alikupa maziwa
Ulipokuwa mchanga na dhaifu
Wakati hujijui.

REMI

(*Amenyamaza*).

MCHUNGAJI

Mwokoe.

REMI

Mimi si mwokozi.

MCHUNGAJI

Kuokoa ni kazi ya Kristo.

REMI

Mimi sina uwezo wa kuokoa.

MCHUNGAJI

Wana wa Mungu wanakutaka.
Na Kristo anakuita kuwaongoza msalabani.

Kitendo cha Pili

REMI

Watu wa Mungu wananitaka mimi kuwa kasisi? Ha! Ha!

MCHUNGAJI

Ni wito wa Mungu.

REMI

Sitarudi nyumbani.

MCHUNGAJI

Basi tunateketea.

REMI

Sio lazima.

MCHUNGAJI

Wewe mwanzo uliipenda Injili.
Mungu alikuteua wewe peke yako,
Kwa elimu na uelekevu,
Ukazaliwa mwenye upeo mkubwa.
Hayo yote ni bure?
Elimu yako sio yako peke yako,
Ni kwa faida ya watu wote.

REMI

Mchungaji, unataka nirudi kijijini? Kumhudumu mama?

MCHUNGAJI

Ndio, mama yako.
Na Wakristo wengine wote.

REMI

Zamani nalimhudumu mama,

Onyesho la Pili

Nikimridhia matakwa yake.
Tangu hapo aliniganda,
Kuniomba ni - - ni - -
Sababu gani ewe mchungaji,
Kwa nini unikumbushe?
(*Kimya cha fikara. Kisha Remi anamgeukia mchungaji kwa tabasamu ya ubishi*).
Mchungaji.
Nenda zako.
Rudi kijijini.
Waambie wazee hivi:
Kama wananihitaji, nitakuja.
Kama ninyi Wakristo mnanihitaji sitawashindwa.
Ikiwa mama yangu ananiita
Sitabatilisha matumaini yake tena.
Nenda kawaambie wote:
Nchi, vilima na milima,
Kaiambie nchi yote.

MCHUNGAJI

Mungu akubariki mwanangu.
(*Mchungaji anatoka na kuacha biblia nyuma*)

REMI

Nimekuwa mtawa kwa muda mrefu
Katika mji.
Nafikiri sasa ningetoroka
Katika mambo niliyokuwa nayo
Yaliyokuwa sehemu ya uhai wangu.
Sasa lazima niondoke kurudi mashambani,
Maana yanibidi nikatumikie watu wetu,
Kuwaokoa katika mapokeo na mila mbaya,

Kitendo cha Pili

Kuwaweka huru toka pingu za ukabila.
Sasa,
(*Kisha anaiona ile biblia, na kuichukua, na pia ile furushi ndogo iliyoachwa na wale wazee. Anavipima katika mikono yake yote. Anachomwa moyoni kabisa*)
Hivi – Hivi –
Vitu vya ushirikina
Vya kunishawishi nirudi kwetu.
Huko nitapata amani na uhuru?
Hivi ni sehemu ya mwili wangu,
Sehemu ya uhai wangu,
Maisha yangu yote.

ONYESHO LA TATU

Mahali pale pale, siku chache baadaye.

JANE

Ungali umeshikilia kwenda?

REMI

Ndio.

JANE

Unataka kuniacha?

REMI

Ndio.

JANE

Lakini unawezaje kuniacha?

Onyesho la Tatu

REMI

Taifa linaniita.

JANE

Hili taifa ni kitu gani?

REMI

Mimi, wewe, na watu wote.

JANE

Oh, nitafanya nini? Huna huruma. Huna fikara.

REMI

Kabila langu linaniita. Sitaki tena kuwa mtawa katika mji.

JANE

Mtawa?

REMI

Nalikuja huku kutafuta upweke.

JANE

Kwenye vilabu vya usiku na pati za ovyo?

REMI

Kujitenga na yale mambo yaliyokuzunguka mwanzo ni upweke. Kuwa mtawa ni kuepukana na yale yanayokuzunguuka. Kabila langu lilinizunguuka.

JANE

Na sasa unarudi? Kabila linakuita kuutoka upweke wako. Niambie Remi: kabila ni nini?

Kitendo cha Pili

REMI
Sifahamu.

JANE
Ah, Remi! hata hukumbuki saa zile tamu tulipokuwa wote pamoja? Tafadhali nichukue twende wote. Usiniache hapa peke yangu. Mimi pia ni raia wa nchi hii. Mimi pia naweza kuishi na kabila lako na kuwa sawa na wanawake wengine nchini.

REMI
Wewe uko tofauti.

JANE
Kwa sababu nafanya kazi afisini? Kupiga taipu na kupiga taipu mchana kutwa? Una maana gani kusema mimi niko tofauti?

REMI
Wewe ni tofauti na mimi, na sisi, na kabila. Huwezi kufahamu yale nifahamuyo. Oh, nafahamu baba yako hakuwa mlowezi, alikuwa mwalimu, mmoja wa watu wema. Hata hivyo hukupata ujuzi niliopata mimi. Mazoea yako na yangu hayafanani hata kidogo. Tunawezaje kuwa sawa? Wito wa kabila unawezaje kuwa wito wako? Kwako wewe ukabila na ukoloni, udhalimu wa kabila na wa mlowezi ni mambo ya kufikirika tu. Kwangu mimi ni mambo halisi, nimeona matokeo yake hapa. Ndio, hapa yamefanya kidonda, kilichonitorosha kuja mjini. Utaifa wa Kiafrika ulivyo na maana kwetu sisi tulioteseka chini ya utawala wa kikoloni kwa miaka sitini unaweza kuwa jambo la kufikirika tu kwako. Lakini kwangu, utu wangu wote. Ninahusikana nao.

Onyesho la Tatu

JANE

Wewe? Unaamini kweli kwamba utaifa una maana, kwamba rangi ya ngozi yangu au yako vingeweka kiambaza kati ya watu?

REMI

Sio rangi. Ni hali ulivyo, na hali nilivyo.

JANE

Baba yangu aliondoka Afrika ya Kusini kwa sababu hakuweza kuvumilia serikali ya ubaguzi. Maana watu wote ni wamoja kila mahali. Hoja sio utaifa, imani wala mila, bali kama watu wanaweza kukutana kueleana wao kwa wao. Sasa hivi umesaliti vipeo ulivyokuwa unanionyesha machoni mwangu. Na halafu unamlaumu Verwoerd!

REMI

Nilipokuja mjini kulitoroka kabila, sikufahamu kamwe kwamba nitakuja kurudi. Nalitaka kuwa mtawa daima. Lakini sasa wameniita. Lazima nirudi.

JANE

Remi: hao ni nani?

REMI

Mama yangu na watu wote.

JANE

Sielewi.

REMI

Nilivyokuambia huwezi kuelewa, wala sitaki uelewe.

53

Kitendo cha Pili

JANE

Naweza, tena nataka.

REMI

Usitafute kujua zaidi habari zangu wala mambo yangu yaliyopita.

JANE

Niambie habari za maisha yako. Siku zote nimefikiri kwamba kuna kitu katika maisha yako nisichokifahamu.

REMI

Jeni.

JANE

Be!

REMI

Usiniharibie mambo namna hiyo.

JANE

Kwani hunipendi?

REMI

Mimi sijui upendo ni nini? Ah, sijui. Labda nakufurahia. Na kwa kweli nakufurahia sana.

JANE

Hivyo tu? Lakini mbona siku moja uliniambia kuwa utanioa.

REMI

Wakati ule sikufahamu kuwa mambo yangu ya nyuma yatanifuata. Nalifikiri ningekufa mtawa hapa mjini.

Onyesho la Tatu

JANE

Kitu gani basi kilikuleta huku mjini?

REMI

(*Kimya*)

JANE

Niambie, nieleze vema. Kitu gani kilikuleta mjini hata ukanijazia rundo la uwongo?

REMI

Nalifikiri ningekuoa. Huenda nitafanya hivyo kama nikirudi.

JANE

Kwa nini hunichukui tukaenda wote? Nitakuwa mwaminifu kwako na kwa watu wako. Mimi kwa kweli mji siupendi. Siku zote nimependa kupata hewa ya milimani na kupata upepo wa baridi, harufu ya maua ya porini, na lile giza nene la huko.

REMI

Tafadhali ondoka kwangu. Nenda zako sasa.

JANE

Kwa nini?

REMI

Nenda tu.

JANE

Lazima nijue sababu.

Kitendo cha Pili

REMI

Unazidi kushikilia uzi? Nalifikiri kukuepusha na maumivu.

JANE

Huna haja ya kuniepushia cho chote.

REMI

Mimi—nimeoa.

JANE

(*Akipata mstuko wa baridi*)
Umeoa? Ulisema umeoa?

REMI

Ndio.

JANE

Tangu lini?

REMI

Tulipokutana nalikwisha kuoa.

JANE

Lakini kwa nini hukuniambia tangu mwanzo?

REMI

Kulikuwa hakuna haja.

JANE

Hakuna haja ulipofahamu nalikupenda?

Onyesho la Tatu

REMI

Lakini hayo yalikuwa mwisho, Jeni. Mwanzo tulikuwa marafiki tu, maisha yangu hayakuwa na uhusiano na yako. Kisha, nilipofahamu zaidi—maana nakumbuka ulikuwa mwenye furaha sana na mwema sana—ukanifanya nisahau mambo yangu ya nyuma. Nalikuhitaji sana, sikuweza kustahimili kukuambia kitu ambacho kingekufanya uniache.

JANE

Lakini hukufikiri kwamba ningechafukiwa baada ya kugundua? (*Remi amenyamaza*) Uliniambia utanioa. Ah, ahadi, ahadi. Ningalipaswa kufahamu ahadi zilivyo na maana kwako. Wewe unafanana na mmojawapo wa wanasiasa wako bora, wanaosimama kwenye majukwaa mbele ya watu wapumbavu na kupiga kelele, "Nipeni kura zenu, kisha nitawapa viatu". Kadhalika wewe, "Uliniambia nipe upendo wako nami nitakuoa". Lakini wakati ulipofika baada ya kupata vyote ulivyotaka, viatu basi, yamepita yote!

REMI

Jeni, umekosea kabisa. Haikuwa hivyo hata kidogo. Kila wakati nalijaribu kutaka kukuambia, lakini kwa namna fulani nalishindwa. Ilitukia tu kwamba sikutaka kukuumiza.

JANE

Kuniumiza? Kama ungaliniambia hapo mwanzo nisingeumia sana. Ningekuwa nimekwisha kusahau maumivu hayo sasa. Na kwa sababu ya subira yako—eti ndio wasema habari ya kuniumiza!

Kitendo cha Pili

REMI

Jeni.

JANE

Mwenyewe wajiita mtawa, mtawa mweusi. Hu mtawa cho chote. Mtawa anatafuta ukweli. Uliondoka kwenye ukweli wa hadhi yako. Niambie kwa nini ulimtoroka mkeo?

REMI

Haikuwa ndoa kamili.

JANE

Kwa nini?

REMI

Alikuwa mjane wa kaka yangu. Ilibidi nimwoe. Hiyo ni desturi takatifu ya kabila letu la Marua.

JANE

Lakini nalifikiri wewe unapinga desturi hizo za kizamani.

REMI

Kabila ndilo lililonilea. Likanipatia elimu. Sasa wamenifuata. Ningewezaje kuwapinga na kuwatahayarisha? Ilinibidi kuwatii.

JANE

Kwa nini hukukaa nao? Kwa nini ulitoroka?

REMI

Sifahamu. Oh, Jeni, sifahamu.

Onyesho la Tatu

JANE

Ndio, labda mimi ni tofauti na wewe. Najua nikitakacho, na vile nilivyo. Lakini wewe mwenyewe hujui, wala kile ukitakacho. Ila kwamba unataka kujifikiria kuwa mtu wa kupendeza, mkuu, na bora kuliko yeyote.

REMI

Sikupata kusema hivyo.

JANE

Lakini wewe umdhaifu sivyo? Mdhaifu kiasi cha kushindwa kuniambia ukweli.

REMI

Tafadhali Jeni nisikilize.

JANE

Usiniguse. Rudia kabila lako.
Rudio kijikezo. (*Anatoka mbio*)

REMI

(*Akimkimbilia*) Jeni! Jeni!

KITENDO CHA TATU

MAREJEO YA MTAWA

ONYESHO LA KWANZA

(*Nyobi na Thoni wananadhifisha kibanda*)

NYOBI

Mchungaji alisema—
Mchungaji alisema, Remi atakuja leo.

THONI

Ndio

NYOBI

Kwa nini uko hivyo?
Macho yako kuwa chini,
Kuonyesha huzuni moyoni?

THONI

Ninayo furaha.
Ninayo shukrani moyoni

Onyesho la Kwanza

Kwa madogo na makubwa
Uliyonitendea.
Remi arudipo nyumbani
Hatutatengana tena.
Lakini—

NYOBI

Lakini nini tena?

THONI

Nina mashaka.

NYOBI

Mashaka gani?

THONI

Anaweza kubadilika.

NYOBI

Hapana mwanangu.
Atakuwa mbegu ile ile,
Iliyokuzwa katika ardhi njema,
Ikastawi kutulisha sote.

THONI

Sifahamu, lakini,
Ijapokuwa nawaza hivyo
Mpaka hapa lazima nifurahi
Lakini—oh—nitaelezaje?
Sina maneno ya kutosha
Kueleza wazo langu.
Usiwe na wasiwasi nami.
Subiri uone, ngoja utazame

Kitendo cha Tatu

Jinsi nitakavyobadilika wakati
Remi, mume wangu, atakaporudi kwangu nyumbani.

NYOBI

Unanitia baridi moyoni
Nisikiapo usemapo hivyo,
Unapositasita katika msemo wako,
Kana kwamba ungali na uzito moyoni.

THONI

Sina kitu.

NYOBI

Huna?

THONI

Kiko kitu.

NYOBI

Moyoni mwako?

THONI

Ndio.

NYOBI

Ungali na hofu.

THONI

Mimi napenda kuwa na furaha.
Kristo amekuwa mwema kwetu.
Tazama, angalia, maisha yetu yalivyobarikiwa
Tangu Remi aliposema atarudi.
Mvua imenyesha,

Onyesho la Kwanza

Kukomesha tazamo za hamaniko,
Kwenye nyuso zetu sote.
Ukame ule
Uliokamia maisha yetu,
Sasa unaelekea kwisha.

NYOBI

Hivyo ndivyo Mungu afanyavyo.

THONI

Sina amani
Jambo fulani hunila moyoni.

NYOBI

Mambo hayo yasikusumbue,
Kristo mwokozi wetu yuko juu yetu sote.

THONI

Usiku uliopita naliota ndoto.
Naliona mwanamume
Aliyekuwa jitu kubwa.
Mama nini maana yake?
Unaonekana umeshangaa.

NYOBI

Mimi pia naliota ndoto kama hiyo.
(*Mchungaji anaingia*)

MCHUNGAJI

Amani na iwe nyumbani humu.

NYOBI

Mioyo yetu inakumbuka maneno yako.

Kitendo cha Tatu

Tuliogopa kwamba hutakuja,
Kushirikiana nasi kipindi hiki cha furaha.

MCHUNGAJI

Remi ni chombo kiteule cha Mungu.
Nalifahamu haya siku nyingi
Alipokuja kwenye mafundisho Jumapili.
Alinisikiliza kwa usikivu.
Moyo wangu ukajaa furaha
Kumwona kijana
Akisikiliza sauti ndogo ya Mungu.
Kisha tena tulikutana mjini,
Nikamwona mtoto huyo huyo
Akisikiliza (Ah! jinsi moyo wangu ulivyoruka)
Kwa sauti ile ndogo.

NYOBI

Oh Mchungaji,
Ninalo tumaini.

MCHUNGAJI

Siyo kazi yangu.
Hii ni kazi ya Yesu,
Ndani ya mioyo yetu sote.
Uhuru wa kweli unaletwa na Kristo.

NYOBI

Kweli atakuja leo?

MCHUNGAJI

Usiwe na shaka.
Lakini uwe tayari.
Lazima atengwe na mambo ya siasa,

Onyesho la Kwanza

Atengwe na maongozi ya wazee wa kabila.

NYOBI

Uliwaambia wazee.

MCHUNGAJI

Wao walifika mjini kabla yangu.
Nikamwahidi Remi nitawaambia yote.
Kwa Yesu hakuna lililo gumu.
Natuinamishe vichwa vyetu tusali.
(*Walipoinamisha vichwa vyao alifika mwanaume kibandani akikimbia.*)

JIRANI WA KWANZA

Nyobi! Thoni! Mchungaji!

NYOBI

Kuna nini?

JIRANI WA KWANZA

Wazee wanakutanika.
Wengi mno ajabu.
Watu wamefika toka mbali,
Toka milima ya karibu na mbali
Wakimiminika kwenye uwanja wa mikutano.
Wakiimba na kucheza.
Sikilizeni!
Mnaweza kusikia ngoma.
Wamechukua matawi
Wakiimba nyimbo za kale za vita,
Sisi Wamarua tulipokuwa kabila,
Kabla ya kufika mtu mweupe
Sasa wanamwimbia mwingine ajaye,

Kitendo cha Tatu

Baada ya kuondoka mtu mweupe.
Wanamwimbia mtu mpya,
Kulirudisha kabila nchini mwake,
Kwenye tabia zake za kale.
Hakuna kutozwa kodi tena.
Utakuwapo uhuru.

MCHUNGAJI

Nani mwokozi wanayemwimbia?
Wasije wakakufuru.
Ngojeni tusali.

NYOBI

Ni nani huyo?

JIRANI WA KWANZA

Mwanao.
Atakuja leo
Kuturudisha kwenye utukufu.
Oh, wasikilizeni.
Wanazidi kukaribia,
Hao hawaendi kwenye uwanja wa mikutano?
Niambieni,
Ni kweli Remi atarudi nyumbani leo?
Oh, si wale kule.
Wengi sana.
Lazima nami niende. (*Anatoka*).

MCHUNGAJI

Sasa na tusali.

NYOBI

Ngoma zinaita.
Hainipasi kuwapo huko afikapo?

Onyesho la Kwanza

MCHUNGAJI

Usichangamane nao.

NYOBI

Remi ni mwanangu.

MCHUNGAJI

Remi ni mtoto wa Yesu.

NYOBI

Thoni,
Utakwenda?

THONI

Naogopa.
Nitakwenda baadaye,
Baada ya kumwomba Mungu.
(*Nyobi anatoka*)
Usiniache mchungaji.

MCHUNGAJI

Mimi siendi mwanangu.

THONI

Tuombee mchungaji.
Unafikiri Remi atakuja?

MCHUNGAJI

Mungu atamwongoza kurudi nyumbani.

THONI

Sikiliza. (*Anakimbia mlangoni*)
Nasikia kelele.

Kitendo cha Tatu

Wanapiga kelele, wanashangilia.
Mchungaji! Mchungaji!
Ni yeye.
Ni yeye!

     MCHUNGAJI

Usitahayarike.
Atafika nyumbani kwako.

     THONI

Lakini najua amekuja.
Lazima niende,
Lazima nikamsikilize akisema.

     MCHUNGAJI

Subiri.
(*Anaingia mtu mwingine akikimbia*)

    THONI NA MCHUNGAJI

Kuna nini?

     JIRANI WA PILI

Kabila lote!

     THONI

Amefika?

     JIRANI WA PILI

Hamkusikia mngurumo?
Mimi sikuweza kuuvumilia.

     MCHUNGAJI

Mngurumo gani?

Onyesho la Kwanza

JIRANI WA PILI
Sauti yake.
Alichukizwa.
Hakuwa peke yake,
Alikuwa na mtu wa kabila lingine.
Akamwambia naye asimame kwenye jukwaa,
Wakishikana mikono alisema,
Huyu ni mtu wa kabila la Njobe.
Ni ndugu yangu na wenu pia.
Mlipaswa kuwapo huko.
Kusikia alivyolaumu wazee,
Kiongozi na wengine,
Kwa kutangaza ukabila,
Kutupoteza sisi wote.
Wokofu wetu umo katika Chama cha Taifa.
Hapo watu wakawa kimya.
Wengine waligeuza vichwa vyao kando
Kwa uchungu wa hasira ya maneno yake.
Wazee wengine waliondoshwa na lawama na aibu.
Ee! kuna nini tena?
(*Wanakimbia mlangoni. Sauti za nyimbo zinazidi kusikika*)
Ni Remi.
Watu wanamzunguuka.
Anakuja huku.
Sasa wanaimba
Wimbo wa taifa,
Twendeni tujiunge nao.
(*Wanatoka. Sasa watu wanaimba kwa kupaza sauti*)
(*Onyesho linabadilika kuwako kwenye uwanja wa kijiji nje ya kibanda cha Nyobi.*
Sasa wanaimba wimbo wa Afrika)
    Mungu ibariki Afrika.
    Ili ipate kuamka.

Kitendo cha Tatu

>Maombi yetu yasikie
>Uje,
>Utubariki.
>>Uje roho
>>Uje roho
>>Takatifu
>>Uje leo
>>Utubariki.

(*Thoni na Mchungaji wanaingia wakati wa kuimba. Wanaonekana mwisho wa kundi la watu. Kuna wasiwasi mwingi mno hata hakuna aliyewatambua.*)

REMI

Sasa wazee wapendwa nendeni. Lakini kumbukeni nilivyowaambia. Wote lazima tushughulikie ardhi. Lazima tujisaidie wenyewe; kujenga shule nyingi zaidi; kushughulisha mioyo yetu na akili zetu tujenge taifa; ndipo ukabila na utaifa vitakapotoweka. Na ndipo binadamu atakapokuwa huru—(*Kisha wote wanashangilia kwa furaha walipokuwa wakiondoka. Sasa alikuwapo Nyobi, Thoni, Mchungaji, Omange na Remi tu waliobaki kwenye jukwaa*)

REMI

Hata wewe, Mchungaji. Pamoja na Wakristo wengine msiishi kwa kujitenga. Lazima tuungane mikono, tujenge nyumba ambamo wewe na mimi pamoja na watu wote tunaweza kuishi kwa amani, tukistawisha neema iliyomo mioyoni mwetu.

MCHUNGAJI

Mungu akubariki pamoja na nchi yetu.

Onyesho la Kwanza

NYOBI

Mwanangu.

REMI

Na wewe mama. Sasa ni zamu yako. Ulinifanyia nini? Ulinikazania katika unyonge wangu kunifanya nioe mke ambaye upendo wake na utii wake daima vyaelekea kwa watu waliokufa.

NYOBI

Unasema na mimi hivyo? Unasema na mimi hivyo?

REMI

Kila kitu kitatoa nafasi katika uongozi wangu.

NYOBI

Mwanangu. Usiingie kiwi kwa mwako
Utakaowaka usiku na kesho umezimika,
Kuwa majivu na makaa.
Tunza nyumba yako,
Na humo utaona moto uwakao usiku na mchana kati ya mafiga matatu.
Mna chakula na joto la uzima vinavyokungoja.

MCHUNGAJI

Msikilize mama yako.
Usiwe mkali kwake.
Amekuwa akikungoja
Akistahimili mashaka yote ya dunia.

REMI

Sitaongozwa tena na mwanamke, kasisi wala kabila.
Nitapondelea mbali ukabila chini ya miguu yangu pamoja

Kitendo cha Tatu

na pingu zote za mila. Nalikosa nilipomwoa mwanamke aliyekuwa mke wa mtu mwingine, mwanamke ambaye hakunipenda.
(*Thoni anaondoka. Hakuna mtu aliyezingatia kutoweka kwake.*)

NYOBI

Kila kitu sio kabila na mila.
Mama yako, mkeo au mtoto sio kabila tu.
Jisawazishe moyo wako.
Kumbe hukupata kumwelewa.

REMI

Sasa nafahamu yote. Kukaa kwangu mjini kumenifundisha kila kitu.

MCHUNGAJI

Mtoto wetu —

NYOBI

Maneno na uso wako
Huleta hofu mwilini mwangu.
Thoni yuko wapi?

MCHUNGAJI

Ameondoka.

NYOBI

Lazima nimtafute. (*Anatoka*)

MCHUNGAJI

Nitamwombea. (*Naye anatoka*)

REMI

Sitaki hata kumwona.

ONYESHO LA PILI

Pale pale.
(*Thoni anaingia akikimbia, akifuatwa na mwanamke mmoja wa kijijini.*)

MWANAMKE

Sikiliza mtoto.

THONI

Siwezi kukaa hapa.
Na kuwa kama mche wa mhindi usiotakiwa
Uliong'olewa na kutupwa kwenye njia kame.
Kukanyagwa na miguu ya watu
Ukaachwa unyauke na kukauka juani.

MWANAMKE

Usiondoke.

THONI

Siwezi kurudi katika nyumba ya aibu na udhilifu,
Kuchekwa na kudhihakiwa.
Kufukuzwa na mume wangu mwenyewe
Wakati nilipotaka kumpa mwili wangu, na moyo wangu aviweke.

MWANAMKE

Anaweza kubadili nia yake.

THONI

Hata hivyo nisingemrudia,
Hata kama angeniita nirudi.

Kitendo cha Tatu

MWANAMKE

Thoni.

THONI

Tazameni.
Mimi siogopi.
Nitakwenda ulimwenguni kote
Kijana aliyedharauliwa na maumbile pamoja na wanaume.
Nitakwenda kwenye nchi ambako mara nyingi nalifikiri kwenda.
Huko hakuna nuru wala watu.
Ni giza tupu, la kukumeza kabisa
Hivyo hakuna mtu wa ulimwengu huu atakayenijua kunitambua.
Nitakwenda huko, ambako sitakutana na mtu ye yote
Atakayeniona na kusimama kuninong'oneza:
Huko ndiko atakakokuwa msichana ambaye hataguswa na mwanamume.
Kuna utulivu, kote utulivu nchini huko
Ambao naliuona mara moja tu nilipokuwa mtoto.
Wakati huo nalikuwa mdogo—mdogo sana.

MWANAMKE

Lahaula! Mungu uliye juu utulinde.

THONI

Nalipata masumbufu hapa hata nafikiri nalilia.
Mama yangu alihangaika na kuomboleza.
Kisha nuru toka kwenye jua
Ilinipofusha. Nikawako katika nchi ile.
Mnafikiri akili yangu imeharibika. Lakini nisemavyo ni kweli.

Onyesho la Pili

Maumivu yalitulia. Sikuwezi kumwona baba wala mama
Wala sikutaka kuwaona.
Kulikuwa giza sana huko, na kimya kabisa,
Na huo wimbo na ongezi la huko ni lile giza nene.
Giza lisiloonyesha cho chote cha maumivu, kicheko
wala mateso.
Lakini amani tu ... amani ...
Niliporudi kutoka nchi hiyo
Walisema nalikuwa nimekufa
Ni rehema ya Mungu tu iliyonirudisha kuwa hai.
Lakini haya maisha gani!

MWANAMKE

Usiruhusu mawazo yako kuhangaika hivyo.
Njoo ukae nami.
Remi siye mtu peke yake
Ambaye chini ya kivuli chake waweza kupumzika.

THONI

Wewe hujui, hujui kabisa.
Kwa heri mama, kwa heri baba, kwaheri kijiji changu.
Na sasa yanibidi kwenda kwani giza laniita.
(*Anatoka*)

MWANAMKE

Siku zote alikuwa mwanamke wa ajabu,
Hatukumfahamu tuliokaa naye kwa muda mrefu.
Lakini lazima nimtafute
Na kumgeuza mawazo yake yaliyochafuka yatengemane.
Hata hivyo nina wasiwasi.
Nina wasiwasi juu yake na Nyobi
Nina wasiwasi juu ya nchi na kijiji
Ambacho amani na utulivu wake vitaharibiwa kwa

Kitendo cha Tatu

zahama na sikitiko.
(*Anatoka. Nyobi anaingia*)

NYOBI

Naliambiwa alikwenda upande huu.
Sasa yuko wapi?
Thoni!
Usiniache!
Thoni!
Haniitiki?
Thoniii!
Oh! ile ndoto niliyoota!
(*Anaondoka akikimbia*)

ONYESHO LA TATU

(*Remi na Omange wanaingia wakiongea*)

OMANGE

Hivi ndivyo tunavyotaka nchini.
Ndio, kanyaga ukabila kabisa bila kuuonea huruma.

REMI

Hakuna wakati wa kuwa walegevu.

OMANGE

Wazee walio wengi walijiona kuwa na lawama.

REMI

Ndio wakatazama kando. Lakini kazi ya leo haitoshi. Nataka kukariri shambulio hili kwenye mikutano yangu ijayo ya siasa. Nataka kufundisha watu wetu haja ya

Onyesho la Tatu

kujisaidia. Sisi ndio misingi ya kusudi letu.

OMANGE

Lakini watu wote lazima waongoze njia. Chama cha Mwafrika lazima kwanza kitoe ardhi ya walowezi na kuwapa wananchi. Kutokuweza kusoma na kuandika lazima kudunishwe katika muda wa mwaka mmoja. Ama sivyo watarudia tena ukabila na imani zao vikiwa kama maaguzi ya maradhi yao.

REMI

Uwezo wa serikali una kikomo chake.

OMANGE

Kuna kikomo cha uzalendo na mipango ya kujisaidia. (*Ukimya*) Vyo vyote kadiri ulivyofanya leo vitakuwa ni fundisho kubwa kwa watu wetu wote nchini. Lakini yule msichana alikwenda wapi?

REMI

Sifahamu.

OMANGE

Ngoja tufoke kuyapinga mapokeo. Alikaa pembeni kule. Nalimwona akinyatanyata wakati fulani ulipokuwa unatoa hotuba yako.

REMI

(*Akiwa hana raha moyoni.*)
Unaona nalikuambia kuwa hakunipenda.
Hakutaka hata kusikia bwana wake alivyotaka kusema.

Kitendo cha Tatu

OMANGE

Utamrudia Jeni?
(*Kabla ya kujibu swali hilo yule mwanamke anaingia tena, kwa jeuri na kumtupia Remi barua.*)

REMI

(*Akifadhaika*) Nani amekupa barua hii?

MWANAMKE

Yeye aliyekuwa na huruma.
Yeye aliyekuwa wa kweli.
Mmea mchanga uliokua kiwimawima
Ijapokuwa alizunguukwa na magugu.

REMI

Unasema nani?

MWANAMKE

Wewe ukiongozi!
Kiongozi wetu wa kweli.
Kwani hujui ulilotenda?
Kutukanisha kabila lako mwenyewe,
Kuwadharau mabibi vibaya kila mahali.
Unaweza kujisifu—
Jinsi ulivyofanikiwa kwenye siasa—
Lakini hapa je?
Wengi umewafanyia nini maishani mwao?
Katika mioyo ya watu wengi
Waliotazamia uongozi wako?

REMI

Mimi bado ningali gizani.

Onyesho la Tatu

Nani amekupa barua hii?
Mama yangu?
(*Anaifungua ile barua*)

MWANAMKE

Ni mkeo wa kweli.
Mwanamke bora asiyepata kuzaliwa kijijini.
Hili - ni laana kwako.
(*Anaondoka kwa chuki*)

REMI

Ngoja! Sasa amekwenda wapi?

OMANGE

Ni kitu gani kwani? Mbona unatetemeka hivyo?
(*Remi hawezi kusema. Anaonyesha tu kwenye barua. Omange anaichukua na kuisoma, huko akimwangalia Remi.*)

OMANGE

Mimi sielewi. Nalikwisha kukuambia kwamba alikupenda.

REMI

Ah! mama yangu.
(*Anaondoka haraka*)

OMANGE

Maumbile ya nje hayawezi kuonyesha fikara za mtu zilizofichika. Mimi sikufikiri Remi ataweza kutikiswa na upendo wa mwanamke baada ya ushindi wote huu. Wanawake hawa wa vijijini! Kwa nini amengoja miaka yote hii bila ya kusema anampenda? (*Anaipepea ile barua*) Alimpenda kweli? Huu ni moyo wa namna gani?

Kitendo cha Tatu

(*Anaiangalia ile barua tena. Kisha anaanza kucheka*)
Hawezi hata kuandika sawasawa. Ha! Ha! Ha! Tazameni kosa hili—yote imejaa makosa, kumbe ndio maana Remi akakaa mjini muda mrefu. Na sasa baada ya mapatano atakayofanya na mkewe, nani atapata hasara? Jeni? Maskini Jeni!
(*Anaondoka akicheka*)
(*Nyobi anaingia akifuatwa na Mchungaji*).

NYOBI

Sijui alikokwenda.

MCHUNGAJI

Ataonekana.

NYOBI

Elimu na kisomo kingi havikumsaidia kitu.
Mimi ni mwanamke mzee
Sina elimu wala busara.
Lakini nafahamu kwamba alivyofanya Remi ni makosa.
Hakuwa na huruma kwa mkewe
Aliyekuwa siku zote mwaminifu kwake.

MCHUNGAJI

Na sasa yuko wapi!
Anaingia Remi, akifuatwa na Omange.)

REMI

Mama! Mchungaji!

NYOBI

(*Kwa unyonge*) Unataka nini?
Nalifikiri umerudi mjini.

Onyesho la Tatu

REMI

Umemwona?

MCHUNGAJI

Nani?

REMI

Mke wangu.

NYOBI

Mkeo hasa!

MCHUNGAJI

Kwa nini unamtaka?
Ameondoka.
(*Wakati wote huu Remi anaonekana ametahayarika kana kwamba anaogopa kitu fulani. Omange akiwa hajui kile Remi aogopacho anakuja mbele*)

OMANGE

Atarudi. Cho chote kilichotokea usijilaumu. Lilikuwa kosa. Hukufahamu kwamba alikupenda. Kwa kosa hilo umepondelea mbali ukabila na kuzusha kipigo kwa utaifa wa Kiafrika.

REMI

Hata kama nimefaulu, cho chote. Lakini hapana Omange, nimemumiza mke wangu. Nimemumiza Thoni.

NYOBI

(*Sasa anabadilika akiwa na fikara za umama*)
Mchungaji, wewe ni mtu wa Mungu. Msaidie. Msaidie mwanangu.

Kitendo cha Tatu

MCHUNGAJI

Nitakuambia kilichokosekana. Ulijiunga na Chama cha Mwafrika ukapotea kabisa katika siasa. Uliweka tumaini lako lote katika nafsi yako na wanadamu, sio kwa Mungu.

REMI

Mchungaji, wewe na dini yako hamkuwafanyia watu wetu lo lote la manufaa. Ilikuwa kuwagawanya wasiwe na nguvu mbele ya mtu mweupe. (*Mchungaji anaondoka*).

NYOBI

Mtoto huyu ameingiwa na nini? (*Akisema na Omange*) Wewe ulimfahamu huko mjini. Msaidie.

OMANGE

Mimi nafikiri Remi hana kosa. Siku zote amekuwa mwananchi wa kweli.

REMI

Lakini Omange, uananchi wangu umewafanyia nini watu?
Iko faida gani kusimama katika jukwaa na kuongoza kusanyiko la watu kwa kupaza juu sauti na kuwanyamazisha kwa kupunga mkono?

OMANGE

Mambo makubwa yamefanyika kwa uwezo huo. Sasa tumepata uhuru wetu –

REMI

Kisha? Nimekuwa mtawa – kujitenga na mke wangu – kujitenga na watu. Sasa naanza kuona – mwonzi wa

Onyesho la Tatu

nuru katika giza. Nimekuwa kwa muda mrefu sana nje ya kiu na njaa yao halisi. (*Akimgeukia Nyobi*) Mama. Nafahamu wewe unajua mke wangu aliko. Usimfiche ili nisimwone.

NYOBI

Alikuwa hapa kijijini. Kisha akaondoka. Sikuweza kumfuata. Lakini ataonekana.

REMI

Nimefanya mambo gani? Mimi nimefanya mambo gani? (*Ngoma zinalia kwa mapigo ya taratibu. Maandamano ya wazee na wanawake wakiwa nyuma ya kiongozi yanajipanga kwenye jukwaa. Watu wawili wamebeba maiti ya Thoni katika machela. Wanaiweka chini na kurudi kando*)

MCHUNGAJI

Msisimame karibu naye.
Ijapokuwa amejiua mwenyewe
Alikuwa mtu mwema,
Na mtu wa Mungu.

REMI

(*Akipiga magoti kando ya maiti ya mkewe ... akiwa na simanzi*)
Na sasa ametoweka.
Mwilini na moyoni wangu.
Kwa maneno yake ya upendo,
Yakizidi kusikika moyoni mwangu.
"Mpenzi Remi ... Nalikupenda maishani mwangu mwote"
Ah! Nimefanya nini?
Thoni, nimefanya nini?

83

Kitendo cha Tatu

Ingekuwa bora kaka ungalinipa ile barua mapema.
Lakini sikukupa wasaa,
Hata sikujitahidi kukuelewa.
Nalikuja kuvunja ukabila na mila.
Kumbe badala yake nimevunja uwili wetu.

www.ingramcontent.com/pod-product-compliance
Lightning Source LLC
Chambersburg PA
CBHW011748220426
43669CB00020B/2950